காக்கைகளும் கிளிகளும்

ந. பிச்சமூர்த்தி

Title: Kakaikalum Kilikalum

Author: N. Pichamurthy

Language: Tamil

First Published on: 1977

Year of Publication: 2025

Book Format: Paperback

*Page Size: 6inch * 9inch*

Category: Fiction

Subject: Novel

No. of pages: 50

ISBN: 978-81-685112-7-9

Published by: Nilan Publishers, Madurai, Tamilnadu, India

பொருளடக்கம்

குறிப்புகளுக்காக

முன்னுரை

தற்கால தமிழ் இலக்கியத் துறையில் சிறுகதை, கவிதை ஆகிய இரு பிரிவுகளும் வளம் பெருக கணிசமாக பங்கு செலுத்தி இருப்பவர் ந.பிச்சமூர்த்தி.

அவரது நாலைந்து சிறுகதை தொகுப்புகளும் இரண்டு கவிதை தொகுப்புகளும் ஒரு நாடகமும் வெளி வந்திருக்கின்றன. அவர் இவை தவிர பல எழுதி இருக்கிறார். ஓரங்க நாடகங்கள், 'மனநிழல்' என்ற கட்டுரைகள், இலக்கிய கட்டுரைகளும் எழுதி இருக்கிறார்.

இவற்றோடு பிச்சமூர்த்தி சிறுவர்களுக்கான கதைகள் எழுதி இருக்கிறார். அவற்றை தொகுத்து 'காக்கைகளும் கிளிகளும்' என்ற இந்த கதை தொகுப்பு வெளிவருகிறது. இவை 1994 முதல் 1968 வரையில் ஹனுமான், சுதேசமித்திரன் முதலிய பத்திரிகைகளில் வெளியானவை ஆகும்.

பிச்சமூர்த்தி 1900ம் ஆண்டில் ஆகஸ்ட் 15ம் தேதி பிறந்தவர். ஏழுபத்தேழு ஆண்டுகள் வாழ்ந்து 1967-ல் டிசம்பர் 4-ம் தேதி காலமானார்.

15-3-77
சென்னை

சி. சு. செல்லப்பா

காக்கைகளும் கிளிகளும்

1. கடுதாசும் தேனும்

கழுதை ஒன்று குருட்டுத்தனமாக ஒரு பூந்தோட்டத்துக்குள் புகுந்துவிட்டது. தோட்டக்காரன் பாதைகளை யெல்லாம் சுத்தம் செய்து காகிதங்களையும் குப்பைகளையும் குவித்து வைத்திருந்தான்.

'ஆஹாஹா' என்று மகிழ்ச்சியுடன் காகிதங்களைக் கழுதை தின்ன ஆரம்பித்தது. தின்பதை ரசித்துக்கொண்டே கழுதை ஒரு நிமிஷம் கண்ணை மூடிற்று. மறுபடியும் கண்ணைத் திறந்த பொழுது அழகிய வண்ணாத்திப் பூச்சி ஒன்று அருகிலிருந்த மலரின்மீது உட்கார்ந்திருந்ததைக் கண்டது.

'அங்கே என்ன செய்கிறாய்?'

"மலரின் தேன் துளியைக் குடிக்கப் போகிறேன்."

"முட்டாளே! காகிதம் கடல்போல இங்கே கிடக்கிறது. அதை விட்டுவிட்டுத் துளியைத் தேடிக் கொண்டு தடுமாறுகிறாயே" என்று கூறிவிட்டுக் காகிதத்தை மறுபடியும் தின்ன ஆரம்பித்தது கழுதை.

அந்தச் சமயம் வெளியே சென்றிருந்த தோட்டக்காரன் திரும்பி வந்தான். தடிக்கம்பைப் பார்த்துப் பயந்துகொண்டு வெளியே ஓடி வந்தது கழுதை.

"கழுதை இங்கேயா ஓடிவந்து ஒளிந்து கொண் டாய்?" என்று உப்புக் குறவன் உப்பு மூட்டையை அதன்மேல் 'பொத்தென்று சுமத்தினான்.

அப்பொழுது வண்ணாத்திப் பூச்சி மிதப்புடன் வெளியே பறந்து வந்தது.

"பெரியவனே, ஏன் பாதியில் போகிறாய்?"

"நீயுந்தான் போகிறாய், ஏன்?'

"எனக்கு வயிறு நிரம்பிவிட்டது; பறக்கிறேன். நீ"

‘‘எனக்கு நிரம்பவும் இல்லை. புசிப்பும் இல்லை. பொதியையும் போட்டுவிட்டான்’’ என்று அவமானத்தால் கழுதை காதை ஆட்டிற்று.

2. காக்கைகளும் - கிளிகளும்

ஊரில் பலமான புயல் அடிக்கப் போவதாக ஜனங்கள் எதிர்பார்த்துக் கொண்டிருந்தார்கள். பத்திரிகைகளிலும் அறிவிக்கப்பட்டிருந்தது. ஆனால் பக்ஷிகள் மட்டும் பத்திரிகைகளின் உதவி இன்றியே விஷயத்தை எப்படியோ அறிந்துகொண்டு புயலுக்கு இரண்டு தினங்களுக்கு முந்தியே வேறு ஊருக்குக் கிளம்பிவிட்டன.

புது ஊருக்குச் சென்றதும், காகங்களெல்லாம் ஒரு புளியமரத்தில் வீடு கட்டிக் கொண்டன. கடைசியாகக் கிளிகள் வந்தன. கிளிகளுக்குக் கூடு கட்டத் தெரியாது. அந்த ஊரிலோ மாடி வீடுகள் இல்லை. இருந்திருந்தால் மாடிகளிலுள்ள புரைகளில் கிளிகள் சொந்தமாக வசித்திருக்கும். அப்படி இல்லாததால் முதல் கிளி கேட்டது:- நாம் எங்கே வசிப்போம்?

இரண்டாவது கிளி:- ஏன்? எல்லோரையும் போல் அந்தப் புளியமரத்தில் தோழர்கள் காக்காய், குருவி, மைனா முதலியவர்களோடு கூடி வாழ்வோம்.

மூன்றாவது கிளி:- அழகு அழகு செத்த மாட்டையும், எச்சில் சோறையும் தின்னும் கருப்புக் காக்காயோடு வாழவேண்டுமென்கிறாயா? நான் இந்த வாய்க் காலில் விழுந்து செத்தாலும் சாவேனேயன்றி அவர்களுடன் சவாஸம் செய்யவேமாட்டேன்.

முதல் கிளி:- ஆனால் சரி, அப்பொழுது போகும் வழி சொல்லு?

நான்காவது கிளி :- அதோ ஒரு மொட்டைத் தென்னைமரம் தெரிகிறதல்லவா? அதில் அதில் இரண்டு மூன்று பொந்துகள் இருக்கின்றன.

மூன்றாவது கிளி:- ... சபாஷ்! சபாஷ்!!

இரண்டாவது கிளி:- தனி மரமாயிருந்தால் காற்றிலும், மழையிலும், வெய்யிலிலும் குளிரிலும் கூப்பிட்ட குரலுக்கு ஒத்தாசை செய்ய யாரும் வரமாட் டார்களே?

மூன்றாவது கிளி:- முட்டாளே! அதற்காக ஈன ஜாதிக்காரர்களுடன் போய் நாம் ஒட்டிக்கொள்ளுகிறதா? அவற்றின் கிட்டப்போனால் கூட நமது பச்சை வர்ணம் கலைந்துபோகும்.

இரண்டாவது கிளி:- ஆனால் சரி, சொல்லவேண்டியதைச் சொல்லிவிட்டேன். பிறகு உங்கள் இஷ்டம்.

இப்படி கிளிகள் பேசிக்கொண்டு முடிவு கட்டி விட்டன. புளிய மரத்திலிருந்த காக்கை குருவிகளெல் லாம் "இதென்ன? அண்ணன் தம்பி மாதிரி எல்லோரும் இருப்பதை விட்டுவிட்டு என்னவோ சொல்லுகிறார்களே! எல்லோருக்கும்தான் இறக்கை இருக்கிறது. நாம் எல்லோரும் ஒரே இனத்தவரல்லவா? சேர்ந்து இருப்போம்" என்றன.

“முடியாது” என்றன கிளிகள்.

“ஹூம்! வெறும் அகம்பாவம்! விதியல்லவா ஆட்டுகிறது?" என்று இதர பக்ஷிகள் இரக்கப்பட்டன

இரண்டு நாட்கள் சென்றன. இரண்டொரு கிளிகள் மட்டும் ஏதோ திகிலடைந்து, முன் யோசனை யுடன் இதர பக்ஷிகளுடன் சேர்ந்து கொண்டன.

மூன்றாவது நாள் இரவு இடியும் மழையும் பிரமாதப்பட்டது. உலகம் பொடிப்பொடியாகி விடும் போல் இருந்தது.

மறுநாள் காலை புயல் நின்று போயிற்று. அநேக மரங்களும் வீடுகளும் விழுந்து விட்டன. காக்கை முதலிய பக்ஷிகள் இருந்த புளிய மரத்திற்கு ஒருவித சேதமும் வரவில்லை. உயர்ந்த மொட்டைத் தென்னை மரம் மட்டும் காணவில்லை. பொந்தில் இருந்த கிளிகளையும் காணவில்லை. தரை மீது இரண்டு பிடி சாம்பலிருந்தது.

காகங்கள் முதலிய பக்ஷிகளுடன் சேர்ந்து வசிக்க வந்த கிளிகள் பிடி சாம்பலைப் பார்த்து கண்ணீர் விட்டன. ரத்த பாசமல்லவா! காக்கைகளும் குருவிகளும் "ஐயோ பாவம்! தனி மரம்! தனி வீடு, தனி ஜாதி, தனி எல்லாவற்றிற்குமே எவ்வளவு உயரத்திலிருந்தாலும் இந்த கதிதானே! இந்தப் பாவிக்கிளிகள் அப்பொழுதே சொன்னதை கேட்காமல் போய் இப்படி இரவில் இடிக்கு இரையாயினவே!" என்று பெருமூச்செறிந்தன.

3. பீகிங் நகர பெரியமணி

பீகிங் என்னும் சீன நகரில் பெரிய கண்டா மணி ஒன்றிருக்கிறது. அதை அடித்தால் நகரம் முழுவதும் அன்றி அநேக மைலுக்கு அப்பால் கூட கேட்கும். அந்த மணியை அடித்தால் எல்லா மணியைப் போல் சப்தம் கேட்காது. மி-தி-ய-டீ, மி-தி-ய-டீ என்று சொல்லுவது போல ஒலிக்கும். இப்படி ஒலிப்பதற்கு சைனாக்காரர்கள் ஒரு காரணம் கூறுவார்கள்.

அந்தக் காலத்தில் சீனாவில் யூங்லூ என்ற பெயருடைய அரசனிருந்தான். சுற்றுப் புறத்திலிருந்த ராஜ்யங்களின் மேல் எல்லாம் படை எடுத்து அவைகளை தனதாக்கிக் கொண்டான். தன் புகழ் உச்ச நிலையை அடைந்த உடன் தலைநகரை மாற்றி விடுவதென்று முடிவு செய்தான். அதற்காக தன் காரியஸ்தர்களை எல்லாம் தேசமெங்கும் அனுப்பி வைத்தான். முடிவில் பீகிங் என்ற நகரைத் தலைநகரமாகத் தேர்ந்தெடுத்து, நகரத்தைப் புனர் நிர்மாணம் செய்வதில் ஈடு பட்டான். புதிய தலைநகரில் பல அழகிய கட்டிடங்கள் தோன்றின. அவற்றுடன் ஒரு பெரிய மணிக்கூண்டும் தோன்றிற்று. இந்த அழகிய மணிக் கூண்டுக்குப் பொருத்தமான பெரிய கண்டா மணியையும் அமைக்க வேண்டுமென்று அரசன் விரும்பினான். வெண்கலச் சிற்பி குவான்ஜுவை வரவழைத்து இந்த வேலையை அவனிடம் ஒப்படைத்தான்.

சிற்பி உடனே பெரிய மணியை செய்வதற்கான வேலையில் கவனம் செலுத்தினான். சுற்றுப்புறத்திலுள்ள கன்னார்கள் பலரும் இந்த வேலையில் கலந்து கொண்டார்கள்.

மாதக் கணக்காகக் கஷ்டப்பட்டுப் பெரிய மணிக்கு ஆஸ் தயார் செய்தார்கள். உருக்கி ஊற்ற வெண்கலத்தைச் சேகரித்தார்கள்.

குறிப்பிட்ட தினத்தில் மணியை வார்ப்பதென்று முடிவு செய்யப்பட்டது. பரிவாரமும் நகரப் பெரியோர்களும் சூழ மகாராஜா அந்த இடத்திற்கு வந்தார். சிற்பி வெண்கலத்தை உருக்கி ஆஸில் ஊற்றினான். ஆனால் ஆஸினால் அந்த சூட்டைத் தாங்க முடியவில்லை. பட்டென்று வெடித்து உடைந்து விட்டது.

மகாராஜாவுக்கு கோபம் மூண்டது அவ்வளவு பணமும் உழைப்பும் வீணாவதால் அவருக்கு வருத்தம். எனவே மறுபடியும் சிற்பிக்கு மற்றொரு வாய்ப்பளித்தார்.

மறுமுறையாக சிற்பி நல்ல புது ஆஸ் ஒன்றைத் தயார் செய்வதில் கவனம் செலுத்தினான். சில மாதங்கள் கழிந்தன.

மறுபடியும் மணியை வார்க்கும் தினம் வந்தது. முன் போலவே எல்லோரும் வந்து கூடினர். கவலையுடன் பேச்சு மூச்சில்லாமல் சூழ உட்கார்ந்திருந்தனர். சிற்பி மறுமுறை வெண்கலத் திராவகத்தை ஆஸின் மீது நிதானமாக ஊற்றினான். நல்ல வேளை ஆஸ் கெடவில்லை. அப்பாடா என்று பெருமூச்சு விட்டுக் கொண்டே மணியை எடுத்து சிற்பி பரிசோதித்தான். ஆஸ் கெடாமல் இருந்த போதிலும் மணியின் வார்ப்பு சரியாக இல்லை. தேனீயின் கூண்டைப் போல் மணி எங்கும் ஓட்டையும் பொறையுமாக இருந்தது. அவ மானத்தால் சிற்பிக்குத் தலை தூக்க முடியவில்லை.

'மூன்றாம் முறையாக ஒரு வாய்ப்பளிக்கிறேன். குற்றமில்லாத மணியைச் செய்தால் பிழைப்பாய். இன்றேல் தலை போய்விடும்' என்று மகாராஜா கர்ஜித்தார்.

வருத்தத்துடன் சிற்பி வீடு வந்து சேர்ந்தான். வார்ப்புத் தொழில் புஸ்தகங்களை எல்லாம் அலசி அலசி கவனமாகப்

படித்தான். படித்ததுடன் ஆண்டவனே என்னைக் காப்பாற்று என்று தினம் தவறாமல் பிரார்த் தனை செய்தான்.

சிற்பிக்கு கோஜ என்ற பெயருடைய மகள் ஒருத்தி இருந்தாள். இதுவரை நடந்தவற்றை எல்லாம் அவள் கவனித்து வந்திருந்ததால் அவளுடைய நெஞ்சமும் குமுறிக் கொண்டிருந்தது. இந்தத் தடவை தகப்பனாருக்கு வெற்றி கிட்டாவிட்டால் அவரை இழக்க நேரிடுமே என்ற துயரம் அவள் மனதை அறுத்துக் கொண்டிருந்தது.

ஒரு நாள் தந்தையும் அறியாமல் அவள் மலைச் சாரலை நோக்கி நடந்து சென்றாள். அங்கே ஒரு குகையில் ஒரு மந்திரவாதி இருந்தார். அவரைக் கண்டு தன் தகப்பனாருக்கு நேரவிருக்கும் ஆபத்தைப் பற்றிக் கூறினாள். மந்திரவாதி ஏதோ ஒரு மருந்தை எடுத்துக் கரைத்துக் குடித்த மறு நொடியில் அவருக்கு சுயநிலை தவறி ஆவேசம் மூண்டுவிட்டது.

'பெண்ணே: பெரிய மணி ஒலிக்க வேண்டுமா? உருகி ஓடும் வெண்கலத்துடன் அழகிய பெண் ஒருத்தியின் ரத்தமும் சேராவிட்டால் பெரிய மணி பிறக்காது. மணி ஓசை கேட்காது' என்றார்.

கோஜக்கு இந்தச் சொற்களைக் கேட்டவுடன் என்ன செய்ய வேண்டுமென்பது தெரிந்து விட்டது. அழகி என்றுதான் அவளையே சொல்லுவார்கள். எனவே மனத்தில் ஒரு தீர்மானம் செய்து கொண்டாள், பிறகு தந்தைக்கும் தெரியாமல் வீடு வந்து சேர்ந்தாள். தான் அறிந்த உண்மையையோ, தான் கொண்ட உறுதியையோ தந்தையிடம் தெரிவிக்கவில்லை. எப்பொழுதும் போல் வீட்டுக் காரியங்களைச் செய்து வந்தாள். சிற்பியும் பெரிய மணி வார்ப்பதற்கான காரியங்களில் அதிக கவனத்துடன் ஈடுபட்டிருந்தான்.

இந்தத் தடவை வெற்றி கண்டு விடுவேன் என்று தோன்றுகிறது என்று தந்தை அடிக்கடி சொல்லிக் கொண்டு

வந்தார். சந்தேகமே இல்லை; வெற்றி இந்தத் தடவை நிச்சயம் என்று கோஜயும் ஒவ்வொரு தடவையும் பதில் கூறினாள்.

கடைசியில், பெரியமணி வார்க்க மூன்றாவது தடவையாக தினம் குறிப்பிடப்பட்டது. ராஜாவும், பரிவாரமும் நகர பிரமுகர்களும் ஸ்திரீகளும் மணி வார்க்கும் இடத்தில் உட்கார்ந்திருந்தனர். எதிர்புறத்தே ஒரு மேடையும் அதன் நடுவில் ஒரு பெரிய கருங்கல்லும் வைத்துக் கட்டப்பட்டிருந்தது. பக்கத்தில் கொலையாளி கோடாலியும் கையுமாக நின்று கொண்டிருந்தான்.

வெண்கலம் தளதளவென்று கொதித்துக் கொண்டிருந்தது. ஆஸின் மீது எடுத்து ஊற்றுவதற்கு சிற்பியும் அவன் தோழர்களும் ஆரம்பித்தனர். உருகிய திராவகத்தை ஆஸின் மேல் எடுத்து ஊற்ற ஊற்ற உஸ்ஸென்ற சத்தமும், புகையும் எழுந்து கொண்டிருந்தன. முடியும் சமயம். யாரும் எதிர்பார்க்காத நேரத்தில் அப்பா என்று கூவிக் கொண்டே கோஜ கொதிக்கும் ஆஸின் மேல் தாவிப் பாய்ந்தாள். அதே சமயத்தில் கடைசி வெண்கல திராவகமும் ஆஸின் மீது கொட்டப்பட்டது. திடுக்கிட்ட சிற்பி ஐயோ என்று கதறி மகளைப் பிடிக்க முயன்றான். ஆனால் அவன் கையில் அகப்பட்டதெல்லாம் அவள் மிதியடிதான். கோஜ வெண்கல மணியுடன் ஒன்றாகி விட்டாள். தகப்பனாருக்கும் வந்திருந்தவர்களுக்கும் துயரம் தாங்கவில்லை. ஹோவென்று கதறினார்கள்.

துயரத்தின் கடுமை ஓய்ந்த பிறகு பெரிய மணியை ஆஸை விட்டு எடுத்துப் பரிசோதித்தார்கள். எவ்வித குறைபாடும் இல்லை. சுத்தமாகவும் அழகாகவும் இருந்தது.

மறுநாள் மணிக்கூண்டில் பெரிய மணியை ஏற்றிக் கட்டினார்கள். முதல் முதலாக ராஜா மணியை அடித்து ஓசை எழுப்பினான். ஆனால் என்ன ஆச்சர்யம்! பெரிய மணி மற்ற மணிகளைப் போல் ஒலிக்கவில்லை. விம்மலுடன் ஏறி இறங்கி பாய்ந்து நீண்டு ஓசை ஒலித்தது.

மகாராஜாவும். மற்றவர்களும் வியப்புடன் ஊன்றி கவனித்தார்கள் மி -தி-ய-டீ மி -தி-ய-டீ என்று பெரிய மணி ஓசை எழுப்பிக் கொண்டிருந்தது. மகாஜனங்களுக்கெல்லாம் கண்டாமணி சொல்லும் ரகசியம் விளங்கி விட்டது. கோஜ தன் மிதியடிக்காக ஏங்கிக் கொண்டிருந்தாள்!

மி-தி-ய-டீ , மி -தி-ய-டீ

4. எமனை முட்டிய எருமைக் கிடா

ஹரிவம்சன் போக்கிரி என்ற பேரை ஊரில் எடுத்திருந்தான். அவனுக்கு ஒரு வேலையும் இல்லை. அதனால் ஏதாவது கோல்மால் செய்து கொண்டிருந் தான். இந்தக் கோல்மாலைக் கூட அவன் காரியமில்லாமல் செய்யமாட்டான். இந்தத் திறமையைக் கொண்டுதான் அவன் பிழைத்து வந்தான்.

ஆனால், எவ்வளவு திறமை இருந்தாலும் ஒரு நாள் செத்துத்தானே ஆகவேண்டும். அவனுக்கு வயதாகி, கிழவனாகி விட்டான். ஒரு நாள் இரவில் படுத்தவன் எழுந்திருக்கவே இல்லை; செத்துப் போய்விட்டான். 'இவன் செய்திருக்கும் அக்கிரமங்களுக்கெல்லாம் கணக்கில்லை. இவனுக்கு இப்பொழுது நரகம்தான் கிடைக்கும்' என்று ஊரார்கள் பேசிக்கொண்டார்கள்.

ஆனால், அவனுக்கென்ன கிடைத்ததென்று நினைக்கிறீர்கள்?

ஹரிவம்சன் வானுலகத்தை அடைந்தான்.

மேல் உலகத்துக்குச் சென்றதும் எமதர்மனுடைய கணக்குப் பிள்ளை சித்ரகுப்தன் அவனைத் தடுத்து நிறுத்தினான் 'ஹரிவம்சா! உன்னுடைய வாழ்வைப் பற்றி பதிவு புஸ்தகத்தைப் பார்த்து விட்டேன். நீ பாவத்தைத் தவிர ஒன்றுமே செய்யவில்லை. ஆகையால் நகரத்துக்குத் தான் போக வேண்டும் வா' என்றார்.

ஹரிவம்சன் ஒரு நிமிஷம் யோசித்துவிட்டு சித்திர குப்தனை நோக்கிக் கேட்டான்.

'ஐயா! நல்லதைவிட்டு தவறுதலாக நீங்கள் கணக்கில் பதிவு செய்திருக்கிறீர்கள்' என்றான்.

சித்திரகுப்தன் இல்லை என்று சாதித்தான். 'இந்தக் கணக்குப் புஸ்தகத்தைப் பார். பார்த்துவிட்டு விட்டுப் போன தென்னவென்று சொல் பார்ப்போம்' என்று பதிவு கணக்குப் புத்தகத்தைப் பிரித்துப் போட்டான். இதற்குள் எமதர்மராஜாவும் அங்கே வந்துவிட்டார்.

ஹரிவம்சன் கணக்கை எல்லாம் சோதித்துவிட்டு கோபத்துடன் சித்திரகுப்தனை பார்த்துச் சொன்னான்.

"என்னய்யா! கோதானம் கொடுத்தால் புண்யம் என்று சொல்வார்கள். நான் கொடுத்த கோதானத்தை பாபம் என்ற கணக்கில் எழுதி இருக்கிறாயே அடுக்குமா?" என்று கேட்டான். 'நீ நல்ல மாடாக தானம் செய்திருந்தால் நீ சொல்வது நியாயம். ஆனால் நீ சாகப் போகிற மாட்டைத் தானே தானம் கொடுத்தாய். நீ தானம் கொடுத்த மாடு தெருக் கோடிக்குப் போவதற்குள் செத்து விழுந்து விட்டதே, அதெப்படி புண்யமாகும்?" என்றான் சித்திரகுப்தன். 'உயிரோடு தான் நான் கொடுத்தேன். அதற்குக் காலம் முடிந்து விட்டால் நீங்கள் தானே ஜவாப். நான் செய்த புண்யத்தை நீங்கள் எப்படிப் பாபமாக்கலாம்?' என்று சண்டை இட்டான் ஹரிவம்சன்.

இந்த வாக்குவாதத்தை கவனித்து வந்த எமதர்ம ராஜன் ஹரிவம்சன் சொல்லுகிற கட்சியில் உண்மை இருப்பதை ஒப்புக் கொண்டான். 'நீ சொல்வது ஓரளவு சரி தான். அதற்காக என்ன செய்ய வேண்டு மென்கிறாய்?' என்று கேட்டான் எமதர்மன். 'அந்தப் புண்யத்திற்கு எனக்கென்ன கிடைக்கும் என்று தெரிவித்தால் நான் சொல்லுகிறேன்' என்றான் ஹரிவம் சன்.

'நீ ஒரு வரம் கேட்கலாம். அந்த உரிமை உனக்குண்டு' என்றான் எமன்.

அப்படியானால் சரி.

'உன்னுடைய எருமைக் கிடாவை எனக்குக் கொடுத்து விடு.'

'இவ்வளவு சிறிய புண்யத்துக்கு அவ்வளவு பெரிய வரம் கிடைக்காது. வேண்டுமானால் அரை மணி நேரத்துக்கு எருமைக் கிடாவை நீ வைத்து கொள்ளலாம்.'

'அப்படியே ஆகட்டும். என் பேச்சைக் கேட்க வேண்டும் என்று மட்டும் எருமை மாட்டுக்கு உத்தரவு போட்டு விடு' என்றான் ஹரிவம்சன்.

உடனே எமன் தன் எருமைக் கிடாவை வர வழைத்து அதற்கு உத்தரவு போட்டு ஹரிவம்சனிடம் ஒப்படைத்தான்.

எருமைக் கிடாவைப் பெற்றுக் கொண்ட ஹரிவம்சன் அதன் மேல் ஏறி உட்காரந்து கொண்டு 'எமனைப் போய் முட்டு' என்றான். எருமைக் கிடா எமன் மேல் பாய்ந்தது. எமன் பயந்து ஓடினான். எருமையும் விடாமல் அவனை விரட்டிற்று.

எமன் பிரும்மாவிடம் போய் நடந்த விவரத்தை எல்லாம் சொல்லி தஞ்சமடைந்தான். ஹரிவம்சன் பின் தொடர்ந்து வந்து 'எமனையும் பிரும்மாவையும் சேர்த்து முட்டு' என்றான். கிடா பாய்ந்தது.

எமனும் பிரும்மாவும் பயந்து கொண்டு விஷ்ணுவிடம் ஓடினார்கள்.

அங்கும் சென்று எமனையும் பிரும்மாவையும் விஷ்ணுவையும் சேர்த்து முட்டு என்று ஹரிவம்சன் உத்தரவிட்டான்.

எல்லோரும் சிவனிடம் போய்த் தங்களைக் காப்பாற்ற வேண்டும் என்று கேட்டுக் கொண்டார்கள். அதற்குள் ஹரிவம்சன் அங்கும் வந்து 'எமனையும் பிரும்மாவையும் விஷ்ணுவையும் சிவனையும் சேர்த்து முட்டு' என்று உத்தரவிட்டான்.

எல்லோரும் நடுக்கமடைந்து இந்திரனிடம் சென்றார்கள். எருமைக்கிடா எல்லோரையும் முட்டத் தொடங்கிவிட்டது. இதைப் போல முப்பத்தி முக்கோடி தேவர்களையும் மும்மூர்த்திகளையும் சேர்த்து முட்டு என்று ஹரிவம்சன் சொன்னான். அவ்வளவு பேரும் நடுங்கிக் கொண்டிருந்த சமயத்தில் எமன் சொன்னான்:

'ஹரிவம்சா! எருமைக் கிடாவை விட்டு இறங்கு. அரை மணி தீர்ந்துவிட்டது.'

ஹரிவம்சன் எருமைக் கிடாவை விட்டுக் கீழே இறங்கினான். கிடாவும் அசைவற்று நின்றது.

இனி நரகத்திற்குப் போக வேண்டியதுதான். மணி ஆகிவிட்டது. ஆட்சேபம் இல்லையே என்றான் எமன். *(நாட்டுக் கதை)*

'இனி எனக்கு நரகமில்லை' என்றான் ஹரிவம்சன். 'ஏனய்யா இன்னும் வம்பு பண்ணிக் கொண்டிருக்கிறாய்?" என்றான் எமன்.

'நான் வம்பா பண்ணுகிறேன்? மும்மூர்த்திகளையும் ஒரே காலத்தில் தரிசனம் செய்தால் மோட்சம் என்று வேத புராணங்கள் கூறுகின்றன. நானோ மும்மூர்த்திகளையும் முப்பத்து முக்கோடி தேவர்களையும் சேர்த்து இதோ தரிசனம் செய்து கொண்டிருக்கிறேன். வேத புராணத்தைப் பொய்யாக்குவது நீயா நானா? வம்பு செய்வது நீயா நானா?' என்று கைகூப்பி எல்லோரையும் வணங்கினான்.

எமதர்மன் திகைப்படைந்தான். வேத புராணத்தை எமனே பொய்யாக்கலாமா?

'ஹரிவம்சா! உலகத்திலிருந்த பொழுதே வாயைக் கொண்டு பிழைத்து வந்தாய். இங்கும் வாயைக் கொண்டே ஜெயித்து விட்டாய். நீ சொல்வது நியாயம் தான். வா சொர்க்க

லோகத்துக்கு' என்று ஹரிவம்சனை எமன் சொர்க்கத்திற்கு அழைத்துச் சென்றான்.

5. அர்ச்சுனன்

அன்றுதான் அர்ச்சுனனை ஆசுபத்திரியிலிருந்து வீட்டுக்கு அனுப்பி விட்டார்கள்.

பதினைந்து நாட்களுக்கு முன்பு அவன் ஆசுபத்திரிக்கு வந்த பொழுது குண்டு அடிபட்டு அவன் வலதுகை நொறுங்கி தோள் பட்டையிலிருந்து அறுந்து தொங்கிக் கொண்டிருந்தது மூர்ச்சையான நிலையில் அவனைக் கொண்டு வந்து சேர்ந்தார்கள்.

டாக்டர் அப்பொழுது செய்யக்கூடிய காரியமாக இருந்தது ஒன்றே ஒன்றுதான். அடிபட்டவருடைய சம்மதத்தைக் கேட்போம் என்றால் அவருக்கு சுய உணர்வு இல்லை. பெற்றோர்கள் அருகில் இல்லை தாமதம் செய்வதற்கும் இடம் இல்லை. அபாயத்தைக் கருதி டாக்டர் வலது கையை அறுவை சிகிச்சை செய்து எடுத்து விட்டார்.

மாலை ஆறு மணிக்குத்தான் அர்ச்சுனனுக்கு சுய உணர்வு திரும்பிற்று. அப்பொழுது சுற்று முற்றும் பார்த்தான். வலது கைப்புறம் பார்த்தான். வலது கை காணவில்லை. கட்டு போட்டிருந்தது. அப்பொழுது தான் நடந்ததெல்லாம் நினைவுக்கு வந்தது. டாக்டர் பூட்ஸ் ஓசை கேட்டது. தொடர்ந்து டாக்டர் அறைக்குள் நுழைந்தார். அபாயமாக இருந்ததால் அறுவை சிகிச்சை செய்ய வேண்டி இருந்த அவசரத்தை அவனுக்கு விளக்கிக் கூறினார்.

"வலது கை போனால் போல என்று சொல்லுவார்கள், இதை விட மோசமாக நேரவில்லையே என்று மனதைத் தேற்றிக் கொள்ளுங்கள். மற்றபடி குணமாகி விடும் கவலைப் படவேண்டாம்" என்று ஆறுதல் கூறினார்.

எவ்வித வருத்தமுமின்றி நோயாளி நன்றி என்று பதிலளித்தது டாக்டருக்கே வியப்பாக இருந்தது.

டாக்டர் சொன்னபடியே புண் ஆறி அன்று ஆசுபத்திரியிலிருந்து அனுப்பி விட்டார்கள்.

பாதுகாப்பு இலாகாவில் ராணுவத்தைச் சாராத உத்யோகம் ஏற்கப் போவதாக அர்ச்சுனன் சொன்ன பொழுது அவன் தந்தை சம்மதிக்கவில்லை. குடும்ப நிலையையும் குடும்ப அங்கத்தினர்களின் எண்ணிக்கையும் அவன் சுட்டிக்காட்டிய பொழுது பதில் சொல்லத் தெரியாமல் தந்தை தலையைத் தொங்கப் போட்டுக் கொண்டார். தடுத்து சொல்லக் கூடிய நிலைமையில் அவர் இல்லை. அவர் நடத்தி வந்த சின்ன மளிகை வியாபாரம் நொடித்துப் போய் பிழைப்புக்கே வழி இல்லாமல் இருந்தது. வீட்டிலே அர்ச்சுனனைத் தவிர மூன்று பெண் குழந்தைகளும் ஒரு நொண்டிப் பையனும் தன் மனைவியும் இருந்தனர். வெறும் கையை வைத்துக் கொண்டு தின்பண்டங்களை மந்திரவாதி வரவழைக்கிறானே, அந்த மாதிரியா குடும்பம் நடத்த முடியும்? இந்த நிலையில் அர்ச்சுனனின் யோசனையைத் தகப்பனாரால் நெடு நேரம் எதிர்க்க முடியவில்லை. எட்டாக்கையாக இருந்த போதிலும் நல்ல சம்பளம். மகனை நம்பாவிட்டால் குடும்பம் ஓடாது என்பதை எல்லாம் எண்ணி தந்தை அர்ச்சுனன் போக்கிலேயே விட்டுவிட்டார்.

அர்ச்சுனன் வேலைக்கு அமர்ந்து நான்கு வருடங்கள் ஆகிவிட்டன. குடும்பத்தை சூழ்ந்திருந்த தரித்திரம் விலகி விட்டது. வீட்டில் அமைதி குடிகொண்டு விட்டது,

இப்பொழுது வந்தது ஒரு கடிதம் சுருக்கமான கடிதம்தான். மாலையில் உலாவப் போன போது யாரோ கலகக்காரன் குண்டை வீசி எறிந்ததில் கை ஊனமாகி விட்டதாகவும், ஆசுபத்திரியில் கையை எடுத்து விட்டதாகவும், மற்றபடி உடல் நலமென்றும் அதில் கண்டிருந்தது. கடிதத்தைப் பார்த்த தந்தைக் கும் குடும்பத்தாருக்கும் வேதனை தாங்கவில்லை.

அன்றிரவே தகப்பனார் ரயிலில் ஏறிவிட்டார். மூன்று நாள் ரயில் பிரயாணத்திற்குப் பிறகு நேரே ஆசுபத்திரிக்குப் போய்ச் சேர்ந்தார் அங்கே அர்ச்சுனனைக் காணவில்லை. மனதில் திக் என்றது. மூன்று நாட்களுக்கு முன்பு அவனை வீட்டுக்கு அனுப்பி விட்டார்கள் என்ற செய்தி கிடைத்த பிறகுதான் அவர் மனம் கொஞ்சம் ஆறுதல் அடைந்தது.

ஆசுபத்திரியிலிருந்து அவன் அறைக்கு வந்து சேர்ந்தார். அப்பொழுது அவன் இடது கையில் ஏதோ புத்தகத்தை வைத்துப் படித்துக் கொண்டிருந்தான். வலது கையில்லாத மகனைக் கண்டதும் தந்தை கண்ணீர் வடித்தார். அர்ச்சுனன் கொஞ்சமும் கலங்காமல் தந்தையை வரவேற்று நடந்ததை எல்லாம் தெளிவாக் கினான்.

மறுநாள் அர்ச்சுனன் அலுவலக அதிகாரி ஒருவர் அவனைப் பார்ப்பதற்காக அங்கு வந்தார். "நல்ல காலம் கையோடு போயிற்று" என்று அர்ச்சுனனைத் தேற்றிய அதிகாரி தகப்பனாரைக் கண்டதும் இது யார் என்று அர்ச்சுனனை விசாரித்தார்.

"என் தந்தை. செய்தி எட்டியதும் உடனே வந்திருக்கிறார்" என்றான் அர்ச்சுனன்.

"நியாயந்தானே! ஏதோ கடவுளருளால் இதோடு விட்டது" என்று தந்தையை நோக்கிக் கூறினார்.

"இந்தப் பையனால்தான் எங்கள் குடும்பம் நடக் கிறது என்று உங்களுக்குத் தெரியுமோ என்னவோ? இனிமேல் எப்படியோ" என்று சொல்லிக்கொண்டே தகப்பனார் கண்ணீர் விட்டார்.

"வருத்தப் படவேண்டாம். உங்கள் பையன் ஆபீசில் வேலை செய்ய முடியாவிட்டாலும் அவனுக்கு இப்பவே உதவித் தொகை கொடுக்க வேண்டும் என்று சிபாரிசு செய்து மேலாவுக்கு எழுதி இருக்கிறோம். உங்கள் பையனைப் போல்

திறமையும் தெளிவும் கொண் டவர்களை எங்கள் ஆபீசில் யாரையும் கண்டதில்லை'' என்றார் அதிகாரி.

"உங்கள் அன்புக்கு நாங்கள் எப்படி நன்றி சொல்வது என்றே தெரியவில்லை" என்றார் தந்தை. அதுவரை யில் மௌனமாக இருந்த அர்ச்சுனன் குறுக்கிட்டான்.

"என்னைப் பார்க்க நீங்கள் என் அறைக்கு வந்தீர்களே நன்றி. ஆனால் ஒரு சந்தேகம். ஏதோ உதவிப் பணத்திற்கு சிபார்சு செய்திருப்பதாக சொன்னீர்களே"

''ஆமாம்'' என்றார் அதிகாரி.

"எதற்காக?"

"வலது கை இல்லாவிட்டால் ஆபீசில் அப்புறம் எப்படி வேலை செய்ய முடியும்? இதற்காக ஒன்றுமில்லாமல் வீட்டுக்கு அனுப்பி விடுவதா? இந்த மாதிரி சந்தர்ப்பங்களுக்காக விதிகளில் வழி சொல்லப் பட்டிருக்கிறது. அதன்படி தான் சிபாரிசு செய்திருக்கிறோம்.

"செய்த வரையில் நன்றி, ஆனால் வலது கை இல்லாததினால் மோசம் ஒன்றும் வந்துவிடவில்லை" என்று சொல்லி நிறுத்தி விட்டு அர்ச்சுனன் அறைக்குள் சென்று கடுதாசு பேனாவை எடுத்து வந்தான். அதிகாரிக்கு செய்கையின் பொருள் புரியவில்லை. தந்தைக்கும் புரியவில்லை.

'ஆபீசு மாதிரி எது வேண்டுமானாலும் சொல்லுங்கள் எழுதிக் காட்டுகிறேன்' என்று அர்ச்சுனன் சொன்னதைக் கேட்டு அதிகாரி திகைப்பு அடைந்தார். திகைப்புடனேயே அதிகாரி காரியாலய பாணியில் வாயால் ஒரு உத்தரவு போட்டார். அர்ச்சுனன் எவ்வித தயக்கமோ தாமதமோ இன்றி அதை அப்படியே எழுதி முடித்து விட்டு காரியாலயத்தில் கை எழுத்துக்கு வைக்கும் மாதிரி தன் இடது கையால் அவர் முன் வைத்தான். அதைப் பார்த்ததும் அதிகாரியின் திகைப்பு ஆச்சரியமாக மாறி விட்டது. வலது கையால் எழுதினால்

எவ்வளவு அழகாக இருக்குமோ அவ்வளவு அழகாக இருந்தது. தாங்க மாட்டா மகிழ்ச்சியுடன் அதிகாரி தகப்பனார் பக்கம் திரும்பிக் கூறினார்: "உங்கள் பையனுக்கு நீங்கள் சிறுவயது முதல் நல்ல பயிற்சி அளித்திருக்கிறீர்கள். அதற்கு உங்களைப் பாராட்டாமலிருக்க முடியாது."

"நான் ஒரு பயிற்சியும் அளிக்கவில்லை. உண்மையைச் சொன்னால் இவன் பையனாக இருந்த பொழுது இவனுடைய ஒவ்வொரு காரியமும் எனக்கு வினோதமாக இருந்தது. ஒரு செம்பு ஜலம் கொண்டு வா என்றால் இரண்டு கையிலும் இரண்டு செம்பு ஜலம் கொண்டு வருவான். சில்லரை விஷயங்களில் மட்டுமல்ல. பள்ளிக்கூட விஷயத்திலும் கூட அப்படித் தான். எழுத்துப் பயிற்சிக்காக காபி நோட்டில் எழுதுவார்களே அதற்கு இவன் இரண்டு நோட் புத்தகத்தில் எழுதுவான். வலது கைக்கு ஒரு நோட் இடது கைக்கு ஒரு நோட், வயது வந்த பிறகும் அப்படித்தான் செய்து கொண்டு வந்தான். இப்பொழுது பார்த்தால் தான் இதெல்லாம் அவனுடைய சாதனைகள் என்று தெரிகிறது" என்றார் தந்தை. "இதை எல்லாம் பார்த்த பிறகு சிபாரிசு கடிதத்திற்கு ஒரு திருத்தம் அனுப்ப வேண்டும் போலிருக்கிறதே" என்றார் அதிகாரி.

"ஒரு மணிக்கு வந்து டைப் அடித்துத் தருகிறேன்" என்றான் அர்ச்சுனன்.

"இடது கையினாலா?" என்று சிரித்துக் கொண்டே அதிகாரி விடை பெற்றுச் சென்றார்.

6. குண்டு முத்து

நீங்கள் கல்கோட்டையை பார்த்திருப்பீர்கள், இல்லாவிட்டால் சரித்திர புத்தகத்தில் படித்திருப்பீர்கள்; கோட்டை என்றால் எதிரிகள் யாரும் அண்ட முடியாது. லேசில் அழிக்க முடியாது. உயிருக்கு நல்ல பாதுகாப்பளிக்கும் இடம் கோட்டை தான். கோட்டை என்றால் கல்லாலும் காரையாலும் அமைய வேண்டும் என்று தானே நினைக்கிறீர்கள். அப்படி இல்லாமலே ஒரு கோட்டை இருக்க முடியும். அந்த மாதிரி ஒரு கோட்டையைப்பற்றி சொல்கிறேன் கேளுங்கள்.

தூத்துக்குடி முத்துப் படுகையிலே ஒரு அழகிய இப்பி இருந்தது. அது கொழு கொழு வென்று வளர்ந்திருந்ததனால் அதைக் குண்டு முத்து என்று அழைத் தார்கள். கொழு கொழு வென்று இருந்த அழகு எப்படி உறவினர்களைக் கவர்ந்ததோ அதைப் போலவே அதனுடைய எதிரிகளையும் கவர்ந்தது.

கடலில் வாழும் பெரிய பிராணிகளுக்கு கடலில் வாழும் சின்ன பிராணிகள் தான் ஆகாரம், தெரியுமா? பெரிய மீனுக்கு சின்ன மீன் இந்த மாதிரி, இப்பிக்கும் இந்த மாதிரி எதிரிகள் உண்டு - கடல் நண்டு, நக்ஷத்திர மீன், தட்டை மீன் முதலியன.

குண்டு முத்து மற்ற எல்லா இப்பிகளைப் போலவே கோட்டையாகத் தான் இருந்தது. கோட்டை எவ்வளவு பத்திரமான இடமாக இருந்த போதிலும் கோட்டையின் மீது படை எடுப்பு நடந்ததென்று சரித்திரத்தில் படித்திருக்கிறீர்கள் அல்லவா? குண்டு முத்துக் கோட்டையைக் கைப்பற்ற பல எதிரிகள் காத்திருந்தார்கள். படை எடுக்கும் திட்டத்திற்கு பல தந்திரங்களைப் பற்றி எண்ணுவார்கள். இப்பியின் தலைவாசல் திறந்திருக்கும் பொழுது கெட்ட எண்ணம்

கொண்ட விருந்தாளிகளைப் போல் நுழையலாமா என்று எண்ணுவார்கள். ஆனால் வேறு சிலர் வெளியே இருந்தபடியே குண்டு முத்துவின் சதையை உறிஞ்சிப் பார்ப்பதுண்டு.

அந்த மாதிரி எதிரி ஒரு தடவை குண்டு முத்துவின் ஓட்டில் துளை போட்டுப் பார்த்தது. குண்டு முத்து சும்மா இருக்கவில்லை. துளை போட்டு முடிப்பதற்குள் குண்டு முத்து உள்ளே சுவர் எழுப்பி துவாரத்தை அடைத்துக் கொண்டே வந்தது. சுவர் கட்ட நமக்குத் தான் கல், மண், காரை, வண்டி தேவை. இப்பிக்கு இவை எதுவும் தேவை இல்லை. ஒருவிதமான திராவகத்தை சுரக்கச் செய்யும் சக்தி இப்பிக்கு உண்டு. அந்த திராவகம் சுரந்தவுடன் கெட்டியாக இறுகிவிடும் இந்த மாதிரி சுவரை எழுப்பி குண்டு முத்து தன்னைப் பாதுகாத்துக் கொண்டது. எதிரி தோற்றுப் போய் ஓடி விட்டது.

இந்தக் கதை ஒரு கடல் நண்டுக்குத் தெரிந்தது. அப்படியா சேதி, நான் என்ன செய்கிறேன் பார் என்று அது கிளம்பிற்று. அதற்கு கொஞ்சம் தந்திரம் தெரியும். எப்படியாவது இப்பியின் உடலுக்குள் தலைவாசல் வழியாக புகுந்து விட வேண்டுமென்று அது முடிவு செய்தது.

ஆகையால் ஒரு நாள் கடலடியில் தண்ணீர் சுழலொன்று புரண்டு ஓடிச்சென்றபொழுது, இந்த நண்டு தெப்பத்தைப் போல் அதில் மிதந்து சென்றது. சூழல் போகும் வேகத்துடன் வேகமாய் நண்டு சுழலும் குண்டு முத்துவின் தலைவாசலில் மோதி உள்ளே புகுந்துவிட் டன. தண்ணீரை சமாளிக்க குண்டு முத்துவுக்குத் தெரியும். தண்ணீரை வெளியேற்றிய பிறகு தான் சுழலுடன் கடல் நண்டும் கோட்டைக்குள் புகுந்து விட்டதை அது கவனித்தது. நண்டுக்கோ இப்பியின் தளதளவென்ற மாமிசத்தைக் கண்டதும் நாக்கில் ஜலம் ஊறிற்று

நண்டு தனக்கு எதிரி என்று குண்டுமுத்துவுக்கு தெரியும். ஆகையால் உடனே தலை வாசல் கதவை மூடிவிட்டது.

கடல் நண்டுக்கு தனக்கு ஏற்பட்டிருக்கும் அபாயம் பற்றி எதுவும் தெரியாது. குண்டு முத்துவின் சதையை எந்த வாகாய்த் துண்டு போட்டு உண்ணலாம் என்று எண்ணிக் கொண்டே தன்னுடைய இரு முள் கிடுக்கிகளையும் ஒன்றன் மீது ஒன்றைத் தேய்த்துக் கூராக்கிக் கொண்டிருந்தது. இடுக்கிகள் கூரானவுடன் சதையை எட்டுவதற்காக நண்டு நகர முயன்றது. ஆனால் கால்களை அசைக்க முடியவில்லை. கால்கள் ஒருவித பசையில் ஒட்டிக்கொண்டு விட்டன. இன்னம் அந்த மாதிரி பசை வந்து கொண்டேயிருந்தது. பசை கெட்டிப்பட்டு கால்களை அசைய முடியாமல் செய்தன. உடனே தன் கிடுக்கிகளின் உதவியால் கால்களைப் பெயர்த்தெடுத்து வைக்கலாம் என்று நினைத்து கிடுக்கிகளைக் கால் மீது பாவிற்று.

அவ்வளவு தான். கிடுக்கிகளும் பசையில் ஒட்டிக் கொண்டன; அவற்றையும் எடுக்க முடியவில்லை. நண்டின் ஆசையில் மண் விழுந்து விட்டது. இப்பியின் மாமிசத்தைத் தின்ன அதன் கோட்டைக்குள் நுழைந்த நண்டு இப்பொழுது அங்கே கைதியாகி விட்டது. கைதியான முக்கால் மணி நேரத்திற்குள் நண்டு இறந்து விட்டது.

குண்டுமுத்துக்கு தன் கோட்டையைக் காப்பாற்றிக் கொள்ளத் தெரியுமே ஒழிய கோட்டைக்குள் எதிரி சிக்கி செத்தால் எதிரியை வெளியே எடுத்தெறியத் தெரியாது. எனவே வந்த நண்டின் சவத்தை அப்படியே வைத்துக் கொண்டு குண்டு முத்து வேறு கதியின்றி நாளொரு மேனியும் பொழுதொரு வண்ணமும் வளர்ந்து கொண்டு வந்தது.

அதுவரை குண்டு முத்து கடல் எதிரிகளிடமிருந்து தன்னைக் காப்பாற்றிக் கொண்டே வந்துவிட்டது. ஆனால் பகுத்தறிவுள்ள மனிதர்கள் தங்களுக்கு எதிரிகளாக பூமியில் வாழ்வது குண்டு முத்துவுக்குத் தெரியாது.

ஒரு நாள் கடலடியில், முத்துப் படுகையில் ஏதோ கலவரம் போலிருந்தது. மறு நிமிஷம் குண்டு முத்தையும் அதைப்

போன்ற இப்பிகளையும் எங்கோ வெளிச்சமான இடத்துக்குத் தூக்கிக் கொண்டு போவது போல் இருந்தது. கடைசியில் குண்டு முத்தையும் அதன் உறவினர்களையும் தண்ணீரில்லாத கட்டாந்தரையில் கொண்டு வந்து போட்டார்கள் என்பது தான் தெரிந்தது. உயிர் துடிக்க ஆரம்பித்துவிட்டது. கொஞ்ச நேரத்திற்கெல்லாம் குண்டு முத்துக்கு ஒரே அடியாக இருட்டிவிட்டது. குண்டு முத்து இறந்து போயிற்று.

குண்டு முத்தை போட்டிருந்த இடம்தான் தூத்துக் குடியில் முத்துக்களை ஏலம் போடும் இடம் இப்பிகளை சார்க்கார் அதிகாரிகள் ஏலம் கூறிக் கொண்டிருந்தார்கள். வியாபாரிகள் குப்பல் குப்பலாக வாங்கிக் கொண்டிருந்தார்கள்.

தூத்துக்குடிக்கு உல்லாசப் பிரயாணமாக ஆசிரியர் கள் மாணவர்கள் கோஷ்டி ஒன்று வந்திருந்தது. முத்துக் குளிப்பை பார்த்துவிட்டு அவர்கள் முத்துக்குப்பல் ஏலம் போடும் இடத்துக்கு வந்தார்கள். "மாணவர்களே இப்பொழுது ஒரு இப்பியை உடைத்து உங்களுக்குக் காட்ட ஏற்பாடு செய்கிறேன். ஒவ்வொரு இப்பியில் நல் முத்து இருக்கலாம். இல்லாமலும் இருக்கலாம். இந்த இப்பியில் இருந்தால் உங்களுக்கு அதிருஷ்டம். இப்பியின் வயிற்றில் நல் முத்து எப்படிப் பொதிந்து கிடக்கிறதென்பதை நீங்களே பார்த்துக் கொள்ளலாம். பரீட்சையில் கேள்வி வந்தாலும் வரும்" என்று ஒரு ஆசிரியர் மாணவர்களுக்குத் தெரிவித்தார் மாணவாகள் ஆவலுடன் பார்த்துக் கொண்டிருந்தனர்.

குப்பல் ஏலம் எடுத்த வியாபாரியினுடைய வேலையாள் ஒரு இப்பியை எடுத்து, கண்மூடி கண் திறப்பதற்குள் உடைத்துப் பிரித்து மாணவர்கள் முன்பு வைத் தான். அதிருஷ்டவசமாக ஒரு அழகிய முத்து நடுவில் இருப்பதைக் கண்டதும் மாணவர்கள் மகிழ்ச்சியும் பரபரப்பும் அடைந்தனர். மறுநிஷம் முத்துக்கருகில் ஒரு நண்டு உறைந்து போயிருப்பதைக் கண்டு திகைப்படைந்தனர். "இப்பி வயிற்றில் நண்டு எப்படி வரும்" என்று மாணவர்கள் வேலையாளைக் கேட்டனர். அவன் விழித்தான். ஆசிரியரைக்

கேட்டார்கள். அவர் விழிக்கவில்லை ஆனால் நேரடியாக விளக்கமும் தர வில்லை.

ஆசிரியர் சொன்னார்: கிளிமூக்கு மாம்பழம் சாப்பிட்டிருப்பீர்களே. கொட்டை நடுவில் கருப்பாகத் துளைகள் இருப்பதைப் பார்த்து சில சமயம் எறிந் திருக்கிறீர்களல்லவா? மாம்பூவாக இருந்த பொழுது உள்ளே புகுந்த வண்டு வெளியே வராமல் அங்கே இருந்து விடுவதுண்டு. பூ பிஞ்சாகிக் காயாகி பூ பழமாகும் மட்டும் அது உள்ளேயே கிடக்கும் அத்தனைக் காலம் வண்டால் உயிரோடிருக்க முடியுமா? வண்டு இருந்த இடத்தில் மாம்பழக் கதுப்பு சரியாக அமையாததுதான் அந்தத் தொளைகள், அந்தக் கருப்பு— புரிந்ததா?" என்றார். புரிந்ததென்று பாதிபேர் தலையாட்டினார்கள். ஒருவருக்குமே தெரியாத ஒன்றிருந்தது அவர்களுக்குத் தெரியாது. குண்டுமுத்துதான் அந்த இப்பி என்று ஒருவருக்கும் தெரியாது.

7. பட்சிராஜா தேர்தல்

சிங்கம் காட்டு மிருகங்களுக்கெல்லாம் ராஜவாகத் தேர்ந்தெடுக்கப்பட்ட பிறகு பட்சிகளுக்கெல்லாம் யார் ராஜாவாய் இருக்கிறது என்ற கேள்வி எழுந்தது. குயிலைத் தவிர எல்லாப் பட்சிகளும் கும்பலாய்க் கூடி பரஸ்பரம் ஒருவருக்கொருவரைப் பார்த்துக் கொண்டன. கடைசியாகக் கிழக்கொக்கு ஒன்று எழுந்து பேசிற்று.

"ஒருவருக்கொருவர் பார்த்துக் கொண்டிருப்பதில் பயனில்லை. எள் தலைமயிர் உதிர்ந்து வழுக்கை விழுந்து போனதைப் பார்க்கும்பொழுது எல்லோருக்கும் ராஜாவாக இருக்க நான் தான் தகுதி" என்று ஒப்புக்கொள்ளுவார்கள்.

ஆனாலும், ஒரு ராஜா என்றால் பார்வைக்கு அழகாயும் கம்பீரமாயும் இருக்க வேண்டாமா? வழுக்கைத் தலையும் கோணல் உடலும் குச்சிக் காலுமாக நான் போய் சிம்மாசனத்தில் உட்கார்ந்தால் எல்லோரும் சிரிப்பார்கள். வாலை விரித்து அழகாய் ஆடுகிறதே அந்த மயில் நமக்கு ராஜரவாய் இருக்கட்டும். பார்த்தாலும் பொறுத்தமாய் இருக்கும்" என்றது.

"ராஜா பேசினால் இனிமையாய் இருக்க வேண்டாமா? என்னைப் போல் கரமுரவென்று குரலுடையவனுக்கா அந்தப் பதவியைக் கொடுக்கிறது?" என்று மயில் ஆட் சேபித்தது.

"ராஜா என்ன பாடவா போகிறார்?" என்று கொக்கு பதில் சொன்னதும் பக்ஷிகளெல்லாம் ஆட்சேபனையை பொருட்படுத்தாமல் மயிலே இருக்கட்டும் என்று தங்கள் இறகுகளை விரித்துக்கொண்டு ஆரவாரித்தன.

அது முதல் மயில் பக்ஷிகளின் ராஜாவாகி விட்டது

இந்தப் பட்டம் ஒரு வாரத்திற்கு கூட நிலைக்கவில்லை. ஒரு நாள் வானம் கருத்தது. மயில் தனது தோகையை விரித்து ஒய்யாரமாய் ஆடிக்கொண்டிருந்தது. வீர்ரென்று எங்கிருந்தோ ஒரு அம்பு வந்து அதன் மேல் பாய்ந்தது. பாவம் சுருண்டு விழுந்தது மயில். மறுநிமிஷமே யாரோ ஒரு வேடன் வந்து மயிலை எடுத்து கொண்டு வீடு நோக்கிப் புறப்பட்டான். குட்டைக்கரையில் நின்று ஒற்றைக் காலில் தவம் செய்து கொண்டிருந்த கொக்கு இதைப் பார்த்துத் திடுக்கிட்டுப் போய் மேலே கிளம்பி விட்டது. வேடனை தொடர்ந்து சென்றது. வேடன் மனைவி மயிலிறகை யெல்லாம் பிய்த்து வைத்து மயில் கரி செய்ய வேண்டியதற்கான ஏற்பாடுகளைக் கவனிக்கத் தொடங்கி விட்டாள்.

இதைப் பார்த்த கொக்குக்குத் தாங்கவில்லை. வீர்ரென்று திரும்பி காட்டுக்கு வந்தது. பட்சிகளெல்லாம் தங்கள் அரசனை வேடன் சுட்டு எடுத்துக் கொண்டு போன செய்தி கேட்டு கரா முரா எனக்கத்தி அலறிக் கொண்டிருந்தன. கொக்கைப் பார்த்ததும் இன்னும் இரைந்து ஒப்பாரி வைத்தன.

"இனி அழுவதில் பயனில்லை, நடந்தது நடந்து போய் விட்டது. மயிலை அரசனாகவே ஆக்கியிருக்கக் கூடாது. நாம் அரசனாக்கிய போதே அபசகுனம் மாதிரி எனக்கு வேண்டாம் அந்தப் பதவி என்று அவன் சொல்லலாமா?" போகட்டும். ராஜாவான பின்பு கவுரவமாகவும் அழுத்தலாகவும் நடந்து கொள்ள வேண் டாமா? மேகத்தைக் கண்டவுடன் அவனது பழைய கூத்தாடிக் குணம் போகவில்லை. குதிக்க ஆரம்பித்தான். வேடன் அதைக் கண்டு ஓடிவந்தானே, அப்போது வாய் திறந்து அந்த மயில் கத்தக் கூடாதோ! வேறு யாரையாவது ராஜாவாக்குவதைப் பற்றி யோசிப்போம்?" என்றது கொக்கு.

"போன தடவை குரலில் கத்தியோ இனிமையோயில்லாத பேர்வழியை அரசனாக்கினதால் தான் இந்தக் கதி வந்தது. இனிமேல் நல்ல குரலுடைய ஒருவனை ராஜாவாக்குங்கள். ஆபத்துக் காலத்தில் அவர் கத்துவாரல்லவா? அவரை நாமும் காப்பாற்ற முடியும்" என்றது காகம், ஆந்தை ஆமோதித்தது. கொக்கு வாய் பேசாதிருந்தது.

உடனே அங்கிருந்த பச்சைக்கிளி சபை முன் வந்து நின்றது.

"சபையோர்களே! நானே அரசனாகலாம் என்று தீர்மானிக்கிறேன். உங்களுக்கு அதில் ஆட்சேபனையிராது. என் குரலின் பெருமை ஜெகமெங்கும் தெரியும். ஆகவே, நான் ராஜாவாக லாயக்குதானே. என்னையே தேர்ந்தெடுங்கள்!" என்றது.

வேறுயாரும் போட்டி அபேட்சகர் இல்லை.

அன்று முதல் பச்சைக்கிளி அரசனாயிற்று. சிம்மாசனத்தில் உட்கார்ந்து "யார்ரா அவன்?" என்று கம்பீரமாக கிளி கூவுவதைக் கண்டு பட்சிகள் மகிழ்ச்சி கொண்டன.

ஆனால் கிளிக்கும் பட்டம் நிலைக்கவில்லை. கிளியின் அழகும் பேச்சும் காட்டில் போவோர் வருவோரை ்மயக்கிற்று. காட்டில் உலாவ வந்த ராஜ குமாரத்தி ஒருத்தி அந்தக் கிளியைப் பார்த்து ஆசைகொண்டு விட்டாள். உடனே அவளுடைய வேலையாள் ஒரு குச்சியில் பிலாப் பிசினைத் தடவி அந்தக் குச்சியால் கிளியைத் தொட்டான். கிளியின் உடம்பில் பிசின்பட்டதும் கிளி உடம்பைக் கோதிக் கொண்டது. பிசின் உடம்பு முழுதும் பரவிற்று. சமயம் பார்த்து வேலையாள் கிட்டநெருங்கி கிளியைப் பிடிக்கப் போனான். கிளி பறந்து போக முயன் றது. தனது இறக்கைகளை விரிக்க முடியாது போய் விட்டதென்றும் பிசின் ஒட்டிக் கொண்டு விட்டதென்றும் கண்டு அழுதது; வேலைக்காரன் மெதுவாய்க் கிளியைப் பிடித்தான். அதை எடுத்துக் கொண்டு ராஜ குமாரத்தி அரண்மனைக்குப் போய் விட்டான்.

இந்த சம்பவத்தைப் பார்த்துக் கொண்டிருந்த காக்கைக்கு ரொம்ப துக்கமாயிருந்தது. தானும் கூடவே பறந்து போயிற்று. ராஜகுமாரத்தி அழகிய தங்கக் கூட் டிலே கிளியை விட்டு அதற்குப் பாலும் பழமும் அளித் துக் கொண்டிருந்தாள். ஒருநாள் காக்கை கூட்டிலிருந்த கிளியைச் சந்தித்து, "அரசே! காட்டுக்குத் திரும்ப வர மாட்டீர்களா?'' என்று கேட்டது.

"எங்கிருந்தாலென்ன? இதுவும் ஒரு அரண்மனை தானே. இங்கே ஆகாரம் வெகு சுலபமாகக் கிடைக்கிறது. ஆகவே, நான் இந்த இடத்தை விட்டு வரப் போவதில்லை" என்று கூறி விட்டது.

காக்கை மகா துக்கத்தோடு காட்டுக்குத் திரும்பி வந்து கிளி சொன்னதை இதர பட்சிகளுக்குக் கூறிற்று.

"அப்பவே நினைத்தேன். மகா சுயநலமி அந்தக் கிளி மகா கர்வி. இல்லாவிடில்,நானே அரசனாக இருக்கிறேன் என்று சொல்லிக்கொண்டு முந்திரிக் கொட்டை மாதிரி யார் முன்னே வருவார்கள். "யார்ரா அவன்?" என்றும் எல்லோரையும் கேட்ட போக்கிரி" என்றும் சொல்லலாமா?" என்று கூறிற்று காக்கை.

"நமது காட்டையும் சுயேச்சை வாழ்வையும் அற்ப பழத்துக்கும் பாலுக்காகவும் துறந்த துரோகி அந்தக் கிளி. அவனை அரசனாக்கியதே தப்பு'' என்று கூறிற்று ஆந்தை.

"போகட்டும். கூத்தாடியாதலால் மயிலரசனை இழந்தோம். குரலினிமை பெற்றவனாயிருந்ததால் கிளியை யிழந்தோம். இனி நல்ல இறக்கையும், வேகமாகப் பறக்கக்கூடிய சக்தியும் உடையவனை ராஜாவாக்கிப் பார்ப்போம்" என்றது கிழக் கொக்கு.

உடனே எல்லாப் பட்சிகளும் யோசித்தன. எல்லாம் ஏககாலத்தில் சிட்டுக் குருவியைத் திரும்பிப் பார்த்தன.

சின்ன சிட்டுக் குருவி யாதொரு கவலையுமின்றி எதையோ பூமியில் கொத்திக்கொண்டு நின்றது.

உடனே எல்லாப் பட்சிகளும் "நீதான் ராஜா" என்று கோஷமிட்டன. இப்படி ஒரு பதவி வந்தது பற்றி சிட்டுக் குருவிக்கு கவலையேயில்லை. வழக்கம் போல அது விர் விர்ரென்று பறந்து கொண்டேயிருந்தது. பகல் வேலைகளில் ஒரு இடத்தில் ஒரு இமைப்பொழுதாவது தங்குவதில்லை. யாரையும் விசாரிப்பதேயில்லை. சிட்டுக்குருவியின் குரலும் யார் காதிலும் விழுவதுமில்லை.

"சிலநாள் பார்த்துவிட்டு இந்த ராஜா பிரயோசன மில்லை" யென்று பட்சிகள் தீர்மானித்து தேர்தலை ரத்து செய்து விட்டன.

"ஒரு ராஜா என்றால் அவனுக்கு உருவமே கூடாது. ஆனால், அவனுடைய குரல் எங்கும் வியாபித்திருக்க வேண்டும்" என்றது மணலோடு மணலாய் வர்ணம் தெரியாது உட்கார்ந்திருந்த தவிட்டுக் குருவி ஒன்று.

"அப்படியென்றால் நமக்கு ராஜா யார்? உருவமில்லாத பட்சி எப்படி உலகில் இருக்க முடியும்?' என்று தத்துவம் பேச ஆரம்பித்தது மீன்கொத்தி.

“பின்னே என்ன செய்வோம்? உருவம் இருந்தால் கூட அதிகமாக நம்முடைய கண்ணுக்குப் படாமல் இருக்கும் பட்சி எதையேனும் ராஜாவாக்கி விடுவோமே" என்றது நாணத்தான் குருவி.

“அப்படியென்றால் ராஜா என்று ஒருவர் இருக்கிறார் என்று எல்லோருக்கும் தெரிய வேண்டாமா?" என்று குறுக்குக் கேள்வி கேட்டது கௌதாரி.

இப்படிப் பேச்சு நடந்து கொண்டிருக்கும் பொழுதே எங்கோயிருந்து "அக்காவூ அக்காவூ" என்ற இனிய கூவல் காட்டில் மிதந்து வந்தது.

"ஆனால் குயில் கூட்டத்துக்கு வரவில்லையா?" என்று கேட்டது காடை.

"அது எப்பொழுதுமே வருவதில்லை. தூரத்திலிருந்து மட்டும் நம்மிடத்தைக் கவனித்துக் கொண்டிருக்கிறதுண்டு" என்றது வாத்து.

"குயிலை யாருமே பார்த்ததில்லை போலிருக்கே குரலைத்தான் கேட்டிருக்கிறோம்" என்றது நாணத்தான்.

இந்த வார்த்தைகளைக் கேட்டதும் எல்லாப் பக்ஷிகளும் மௌனமாய் யோசித்துப் பார்த்தன.

"உண்மைதான். உண்மை தான். எங்கும் வியாபிக்கும் குயிலின் குரலைக் கேட்டிருக்கிறோம். குயிலின் உருவத்தைப் பார்த்ததில்லை. அதையே ராஜாவாக்கி விடுவோம்" என்று இறைந்து சொல்லி சிறகை அடித்துக் கூவின பக்ஷிகள்.

எங்கோயிருந்து குயிலின் குரல் ராஜா பட்டத்தை ஏற்றுக் கொண்டது போல் 'அக்காஓ அக்காஓ' என்று கூவிற்று.

பட்சிகளுக்கெல்லாம் ராஜா இப்பொழுது குயில் தான்.

8. ராஜகுமாரியும் கம்பளிப் பூச்சியும்

ராஜகுமாரியின் மாடி அறைக்குக் கொஞ்சம் எட்டி ஒரு ஓதிய மரம் வளர்ந்திருந்தது. நூலேணி வழியே பெண்கள் இறங்குவார்கள் என்று படித்திருக்கிறோமே அந்த மாதிரி கம்பளிப் பூச்சிகள் அதிலிருந்து சரம் சரமாகத் தினம் இறங்கிக் கொண்டே இருந்தன. ராஜகுமாரிக்குக் கம்பளிப்பூச்சி என்ன செய்யும் என்று ஆரம்பத்தில் தெரியாது. அந்த வேடிக்கையைத் தினம் பார்த்துக் கொண்டே இருந்தாள்.

ஒருநாள் வழக்கம் போல் மரத்திலிருந்து நூல் வழியாகக் கம்பளிப் பூச்சிகள் இறங்கிக் கொண்டிருந்தன. அப்பொழுது பலமாகக் காற்று ஒன்றடிக்கது. அதில் ஒரு கம்பளிப் பூச்சி ராஜகுமாரியின் அறைக்குள் போய் விழுந்து விட்டது. அதை அவள் கவனிக்கவில்லை. பூச்சி சுவர் வழியாக ஊர்ந்து போய்க் கொண்டிருந்த பொழுது ராஜகுமாரியின் கை அதன் மேல் பட்டு விட்டது. அவ்வளவு தான் கம்பளிப் பூச்சியின் மயிர் கையில் ஒட்டிக் கொண்டு ஒரே அரிப்பு. கீழே போட்டுக் கையைத் தேய்த்தாள். அரிப்பு அடங்கவில்லை; இன்னும் அதிகமாகப் போய்விட்டது. ஒரே அழுகையோடு கூ கூ என்று கத்தினாள். கடித்த இடமெல்லாம் தடித்துப் போய்விட்டது.

வேலைக்காரி உள்ளே ஓடிவந்து ராஜ குமாரியைப் பார்த்தாள். "கம்பளிப்பூச்சி கடிச்சிருக்கு. உள்ளே எப்படி வந்தது?" என்றாள். "எனக்கென்ன தெரியும்?" என்றாள் ராஜகுமாரத்தி.

"அதோ ஓதிய மரத்திலே அடை வச்சிருக்கிறாப் போல் இருக்கிறது அந்த மரம் இருந்தாலே அப்படித் தான்" என்று சொல்லிவிட்டு கம்பளிப்பூச்சிக் கடிக்கு ஏதோ மருந்தைத்

தடவினாள். பிறகு, அதையெங்கும் பூச்சிக்காகத் தேடினார்கள். அது அகப்படவில்லை.

அரிப்பு கொஞ்சம் அடங்கின பிறகு, ராஜகுமாரி அரண்மனைக் கோடாலிக்காரனைக் கூப்பிட்டு, "அந்த ஓதிய மரத்தையே வெட்டிப் போட்டு, அப்படியே வைக்கோலைப் போட்டுக் கொளுத்திவிடு" என்று உத்திரவிட் டாள்.

கொஞ்ச நேரம் கழிந்த பிறகு ராஜகுமாரி மாடி ஜன்னல் வழியாகக் குனிந்து கீழே பார்த்தாள். ஓதிய மரம் இருந்த இடமே தெரியவில்லை. போச்சுடா சனியன் என்று சந்தோஷப்பட்டுக் கொண்டிருக்கும் பொழுது, ஒரு கம்பளிப்பூச்சி சுவரின் வழியாகக் கீழே போய்க் கொண்டிருந்ததைப் பார்த்தாள். அதுதான் தன்னைக் கடித்த பூச்சி என்று நினைத்துக் கொண்டு, கீழே இறங்கி வந்து பார்த்தாள். அதறகுள் கம்பளிப் பூச்சியைக் காணவில்லை.

பூச்சி மெதுவாக நகர்ந்து அடுத்த பம்பளிமாஸ் மரத்து நுனிக்கிளை கிட்டப் போய் விட்டது. நல்ல வேளையாக அங்கே தாய்ப் பூச்சி ஒரு இடுக்கில் படுத்துக் கொண்டு கிடந்தது.

"அம்மா அம்மா! நம்முடைய வீட்டை இடிச்சு நெருப்பு வச்சுக்கொளுத்தி விட்டாள் ராஜகுமாரி. இனி மேல் நாம், எல்லாம் எங்கே தூங்குகிறது?" என்று கேட்டது.

"நீ அவளைப் போய்ச் சீண்டியிருப்பாய். போகட்டும். இனிமேல் நாமெல்லாம் விரதம் இருக்க வேண்டியதுதான். நான் தூங்குவதற்கு அறை கட்டிக் கொள்ளப் போகிறேன். நீயும் கட்டிக்கொள். பட்டினியாய்க் கிட. மூணுமாசம் வரையில் நானும் இருக்கிறேன். அப்புறம் பாரு! உன்னையும் என்னையும் தேடிக்கொண்டு இந்த ராஜகுமாரத்தி வருகிறாளா இல்லையா, பாரு" என்றது.

இந்தப் பேச்செல்லாம், கீழே நின்று கொண்டிருந்த ராஜகுமாரியின் காதில் விழுந்தது. " இங்கே எங்கேயோ

கம்பளிப்பூச்சி இன்னும் இருக்கிறாப்போல இருக்கு" என்று தன் வேலையாட்களைக் கூப்பிட்டுத் தேடச் சொன்னாள். வேலையாட்கள் வந்து தேடிப் பார்த்தார்கள். பம்பிளிமாஸ் மரத்து நுனியில் இரண்டு கம்பளிப் பூச்சி இருந்தது வெளிப்பட்டது.

"இந்தப் பம்பளிமாஸ் மரத்தை வெட்டி விடட்டுமா, கொளுத்தட்டுமா?" என்று அவர்கள் கேட் டார்கள்.

'மரத்தை வெட்டப்படாது. நானாகவே இந்த மரத்துக்கு ஜலம் விட்டிருக்கேன். பம்பளிமாஸ் இதிலே காய்த்து, நான் பார்க்க வேணும். அதைத் தொடப்படாது' என்று சொன்னாள் ராஜகுமாரி.

வேலையாட்கள் மரத்தை வெட்டாமல் கம்பளிப் பூச்சியை விரட்ட பல யுக்திகள் செய்தும் பலிக்காமல் போயிற்று. கடைசியாக ராஜகுமாரியும் வேலையாட் களும் அரண்மனைக்குள்ளே போய் விட்டார்கள். அதற்குப் பிறகு இரண்டு கம்பளிப் பூச்சிகளும் இரண்டு கூடு கட்டிக் கொண்டு நீண்ட தூக்கம் போடத் துவக்கின.

மறுநாள் காலையில் ராஜகுமாரி தோட்டத்துக்கு வந்து கம்பளிப் பூச்சி இருந்த இடுக்கைப் பார்த்தாள் பூச்சியைக் காணோம். அதற்குப் பதில் சின்னதாய், பச்சையாய், பருத்திக் கொட்டை அளவிலே இரண்டு கூடு அங்கு ஒட்டிக் கொண்டிருந்தது அப்பொழுது தாய்ப்பூச்சி சொன்னது ஞாபத்திற்கு வந்தது. "இன்னும் மூணு மாசம் கழிச்சு அவளே நம்மைத் தேடிக் காண்டு வருகிறாளா இல்லையா, பாரு" என்றதல்லவா? மூணுமாதம் கழித்து என்னதான் ஆகிறது பார்ப்போம் என்று நினைத்துக் கொண்டாள்.

அது முதல் தினம் ஒரு தடவை அந்த இடத்தை வந்து பார்த்து விட்டுத்தான் போவாள். இப்படியே மூணு மாசம் கழிந்தது.

ஒரு நாள் நல்ல வெயில் காய்ந்து கொண்டிருந்தது. ராஜகுமாரத்தி வந்து கூட்டைப் பார்த்தாள். நீளமாய்

ஆகாசத்தைக் கிள்ளி வைத்தது போல ஒரு சின்னப் பட்டுப் பூச்சியும் சிவப்பாய் நெருப்பைக் கத்திரித்து வைத்தது போல் ஒரு சின்ன பட்டுப் பூச்சியும் உட்கார்ந்து கொண்டிருந்தன. அவற்றைப் பார்த்ததும் அவளுக்குச் சந்தோஷம் தாங்கவில்லை.

"அடாடா!" என்றாள்.

அந்த ஓசையைக் கேட்டு இரண்டு பூச்சிகளும் மரத்தை விட்டுக் கிளம்பி விட்டன. தோட்டத்தைச் சுற்றிப் பறந்தன. ராஜகுமாரி அவற்றைப் பிடிக்க ஓடினாள், அகப்பட்டால் தானே! "எங்களைப் பிடிக்க முடியுமா? கம்பளிப் பூச்சியாய் இருந்து கடிக்கிற பொழுது பிடிக்கலாம். இப்பொழுது சந்தோஷத்துக்கு இறகு முளைச்சால் போலச் சுத்துகிற பொழுது பிடிக்க முடியுமா?" என்றன பட்டுப் பூச்சிகள்.

அன்று முதல் ராஜா தோட்டத்து வேலிக் காலிலே ஓதிய மரமும், பூவரசமரமும் தான் வைத்துப் பயிர் செய்ய வேண்டுமென்று ராஜகுமாரத்தி ராஜாவிடம் சொல்லி உத்தரவு போடச் சொல்லிவிட்டாள். அப்பொழுது தானே கொள்ளை கொள்ளையாகக் கம்பளிப் பூச்சி வரும். கம்பளிப்பூச்சி நிறைந்திருந்தால் தானே பட்டுப்பூச்சி கூட்டமாய், கப்பல் மாதிரி தோட்டத்திலே மிதக்கும்?

9. ஆனந்தா

ஒரே ஒரு ஊரில் ஒரு ராஜா இருந்தான். அவனுக்கு ஒரே பெண் சித்திராங்கி என்று பெயர்.

அவள் விளையாடுவதற்காக மான் முயல், சீமைப் பெருச்சாளி, புறா, பச்சைக்கிளி, மைனா முதலிய பலவற்றை அரண்மனையில் வளர்த்து வந்தார்கள். சித்திராங்கிக்கு அவற்றின் மீது ரொம்பப் பிரியம். ஆனால் எல்லாவற்றைக் காட்டிலும் ஒரு பஞ்ச வர்ணக் கிளியின் மேல் தான் உயிர். அந்தக் கிளிக்கு ஆனந்தா என்று பெயர். எப்பொழுதும் அந்தக் கிளியைத் தன்னுடனேயே வைத்துக் கொண்டிருப்பாள். சாப்பிடும் பொழுதுகூட, தனக்கெதிரில் தங்கக் கிண்ணியில் வாழைப்பழத்தை வைத்து கிளியைச் சாப்பிடச் சொல்வாள்.

இப்படியே சில வருஷங்கள் சென்றன. நாளாக ஆக எப்பொழுதுமே அரண்மனையில் இருப்பதென்றால் அவளுக்குப் பிடிக்கவில்லை. வெளியே போவதை அரசன் தடுத்திருந்தான். ஆனந்தாவின் தோழமை கூடக் கொஞ்சம் புளித்தது. என்ன செய்வாள்? ஆகாயத்தில் மேகங்கள் போவதைப் பார்த்து, பார்த்து கண்கள் கலங்கும். ஒரு நாள் தன்னுடைய ஜன்ன லண்டை வந்து நெல்லைப் பொறுக்கித் தின்னும் சிட்டுக் குருவியைப் பார்த்து அவள் "நீ எங்கே இருந்து இங்கு வந்தாய்?" என்று கேட்டாள்.

"அதோ தெரிகிறதே முந்திரித் தோப்பு, அந்தத் தோப்புக்கருகில் குடிசைகள் இருக்கின்றன. ஒரு குடிசையின் உள்ளே உயரத்தில் கூடு கட்டி இருக்கிறேன். நெல் முதலியவைகளைத் தின்று பசியாறி, இறகு ஆற உலகெங்கும் சுற்றுவேன். அரண்மனைக்கு வருவேன். எங்கு

வேண்டுமானாலும் செல்வேன். எனக்கு கவலை கிடையாது. கடைசியாகத் திரும்பிக் கூட்டுக்குப் போய் விடுவேன். நீயும் வருகிறாயா?" என்று கேட்டது சிட்டுக்குருவி.

சிட்டுக் குருவியைப் போல் ஆகவேண்டும் என்ற ஆசை அவளுக்கு வலுத்துவிட்டது.

ஆனந்தாவுக்கும் அப்படியேதான். எத்தனை நாட்கள் தான் அரண்மனையோடும், சித்திராங்கியோடும், தங்கக் கிண்ணியோடும் காலத்தைக் கழிப்பது என்று நினைத்து ஏங்கிற்று அந்தக் கிளி.

ஒரு நாள் சித்திராங்கி சாப்பிட்டுக் கொண்டிருந்த வேளையில் அவளுக்கெதிரிலிருந்த ஆனந்தா திடீரெனக் கிளம்பிப் பறந்து போய்விட்டது. ராஜகுமாரத்திக்கு துக்கம் நெஞ்சை அடைத்தது. அரண்மனைத் தோட் டத்திலும் அங்குமிங்கும் தேடச் சொன்னாள். கிளியைக் காணோம்.

அரண்மனையை விட்டுக் கிளம்பிய ஆனந்தா ஊரெல்லாம் ஆடி ஓடிப் பறந்து விட்டுப் பிறகு முந்திரி தோப்புக்கு வந்தது. தோப்புக்கருகில் ஒரு குடிசை வாசலில் ஒரு சிறு பெண் உட்கார்ந்து மண் வீடு கட்டி விளையாடிக் கொண்டிருந்தாள். அவளுக்குப் பெயர் வள்ளி. அவளுடைய தகப்பன் ஒரு கூலிக்காரன்.

ஆகாயத்தை எட்டிப் பிடிப்பது போன்ற அரண்மனையின் கோபுரங்களையும் மணிக் கூண்டையும் பார்க்கும் பொழுதெல்லாம் தன்னை அங்கே வரும்படி அழைப்பதாக அவளுக்குத் தோன்றும். அங்கே அழைத்துப் போகும்படி தகப்பனைக் கெஞ்சுவாள். "தீபாவளிக்குப் போவோம். பொங்கலுக்குப் போவோம்" என்று சொல்லி அவன் ஏமாற்றுவான்.

மண் வீடு கட்டி விளையாடிக் கொண்டிருந்த வள்ளிக்கு எதிரே, ஒரு கோவைப் பழத்தைக் கவ்விக் கொண்டு வந்து

ஆனந்தா புல் தரையில் உட்கார்ந்தது. கிளி அழகு கொஞ்சுவதைப் பார்த்ததும் அவளுக்கு ஆசை உண்டாயிற்று.

தன் தாயாரைக் கூப்பிட்டு அதைப் பிடித்துத் தரும்படி சொன்னாள். வள்ளியிடம் கிளியைப் புடித்து கொடுத்தவுடன், அவள் 'கிளியே! பஞ்சவர்ணக் கிளியே! உனக்கெந்த ஊர்? நீ எங்கிருந்து வருகிறாய்?" என்று கேட்டாள்.

"நான் ராஜகுமாரி சித்திராங்கியின் உப்பரிகையிலிருந்து உலாவி வரப் புறப்பட்டேன்."

"ராஜகுமாரத்தி எப்படி இருப்பாள், கிளியே?"

"அவள் அழகாய் ரோஜா போலே இருப்பாள். ரொம்ப நல்லவள். நீ கூட வருகிறாயா? நாமெல்லாம் அங்கே விளையாடலாம்."

"தீபாவளிக்குப் போவோம், பொங்கலுக்குப் போவோம் என்று அப்பா ஏமாற்றுகிறார். இப்பொழுதே போவோமா? வந்தால் ராஜகுமாரி என்னுடன் பேசுவாளா?"

வள்ளியை அடுத்த நாள் அரண்மனைக்கு அழைத்துக் கொண்டு போவதாக ஆனந்தா வாக்களித்து விட்டு, வள்ளி இடது கை விரலில் போட்டிருந்த பாசிமணி மோதிரத்தையும், வலது கை விரலில் போட்டுக் கொண்டிருந்த கொட்டாங்கச்சி மோதிரத்தையும் கேட்டு வாங்கிக் கொண்டு பொழுது சாயும் நேரத்தில் அரண்மனை வந்தடைந்தது.

ஆனந்தாவைத் திரும்பப் பார்த்ததும் சித்திராங்கிக்குச் சந்தோஷம் தாங்கவில்லை.ஐம்பது தரம் கிளியை முத்தமிட்டாள். கிளி பதில் பேசவில்லை. கண்ணை மட்டும் உருட்டிற்று. ஒரு வேளை கிளிக்குப் பசியாயிருக்கலாம் என்று ஒரு மாம்பழத்தைக் கொண்டு வந்து வைத்தாள் ராஜகுமாரி. கிளி சாப்பிடாமல் கண்களை மூடிக் கொண்டது.

"ஆனந்தா! கொஞ்சம் சாப்பிடு,களை தீர்ந்து போகும்" என்று மன்றாடினாள்.

கிளி தன் வாயிலிருந்த மோதிரங்களைக் கீழே போட்டது.

"இதெல்லாம் ஏது ஆனந்தா?"

"அதோ முந்திரித் தோப்புத் தெரிகிறதே அங்கே சிட்டுக்குருவி போல விளையாடிக் கொண்டிருக்கிறாள் வள்ளி. அவள் கொடுத்தாள் எனக்கு வேண்டுமென்றால் உனக்குக் கூட வாங்கித் தருகிறேன்."

"ஆனால் இப்பொழுதே போவோமா?"

"இல்லை, இருட்டி விட்டது. நாளைப் போவோம்" என்று கிளி மாம்பழத்தைக் கடிக்க ஆரம்பித்தது.

மறுநாள் உச்சி வேளை அரண்மனைச் சேவகர்கள் சாப்பிட்ட சிரமத்தில் தூங்கி வழிந்து கொண்டிருந்தார்கள். ராஜகுமாரத்தியும், ஆனந்தாவும் அரண்மனையை விட்டுக் கிளம்பி விட்டார்கள். கிளி முதலிலே வழி காட்டிக் கொண்டு பறந்து போயிற்று அதைப் பின் தொடர்ந்தாள் சித்திராங்கி.

மெதுவாக முந்திரித் தோப்பின் அருகிலுள்ள குடிசைக்கு வந்தார்கள். பனமட்டைகள், சடசட வென்று சப்தம் செய்வதும், தட்டாரப் பூச்சிகளும், தேவடியாப் பூச்சிகளும் வயல்களில் பிறப்பதும், அல்லிக் குளத்தில் பெண்கள் குளிப்பதும், குழந்தைகள் மண்ணில் புரள்வதும் ராஜகுமாரத்திக்கு ரொம்ப வினோதமாகவும் சந்தோஷமாகவும் இருந்தன. இந்தக் காட்சிகளைப் பார்த்துக் கொண்டிருந்ததிலேயே பொழுது போய் விட்டது.

அப்பொழுது வள்ளி எங்கிருந்தோ சுள்ளி பொறுக்கி கொண்டு வீட்டிற்கு திரும்பி வந்து கொண்டிருந்தாள். அவளுடைய கையில் மொந்தன் வாழைப் பழத்தோல்கள் நிறைந்திருந்தன

வீட்டிற்கு வந்ததும் வேப்பமர நிழலில் உட்கார்ந்து வாழைப்பழத் தோலை உரித்து தின்ன ஆரம்பித்தாள்.

"இதோ, இவள் தான் வள்ளி!'' என்று கிளி ராஜகுமாரிக்கு அறிமுகம் செய்து வைத்துவிட்டு, முந்திரிக் கிளை மீதேறி உட்கார்ந்து சிறகுகளைக் கோதிக் கொண்டது சித்திராங்கி வள்ளியின் கைகளை பிடித்துக் கொண்டு "ஏன் வள்ளி, வாழைப் பழத்தோலை தின்கிறாய்?" என்று கேட்டாள்.

"பழம் யார் கொடுக்கிறார்கள்?" என்றாள் வள்ளி.

"போகட்டும் நீ தலையில் விறகு கொண்டு வந்தாயே உங்கள் வீட்டுச் சமையல்காரன் கொண்டு வரமாட்டானா?"

"என் அம்மாதான் சமையல்காரி. அவள் நெல்லைக் குத்தி அரிசியாக்குவதற்குள் நான் போய் சுள்ளி கொண்டு வருவேன். பிறகு அம்மா சமைக்கும் பொழுது இங்கே உட்கார்ந்து விளையாடுவேன்."

ராஜகுமாரிக்குத் தன்னையறியாமலேயே ஒரு வேதனை உண்டாயிற்று. தன்மீது இருந்த பட்டுச் சட்டைகளைக் கழற்றிப் போட்டுவிட்டு வள்ளியுடன் விளையாட ஆரம்பித்தாள். இப்படியே ரொம்ப நேரமாகி விட்டது.

'அரண்மனைக்கும் போவோம்' என்று கிளி கூப்பிட்டும் ராஜகுமாரி கிளம்ப மறுத்து விட்டாள். கிளிக்குப் பயமாகப் போய்விட்டது. நேரே அரண்மனைக்குப் பறந்து சென்றது.

அரண்மனையில் ஒரே குழப்பம் பெண்ணையும், கிளியையும் காணாமல் தாறுமாறாய் அரசன் வேலையாட்களை வைது கொண்டிருந்தான். பலர் இன்னது செய்வ தென்றியறியாமல் ராஜகுமாரத்தியைத் தேடி அங்கு மிங்கும் அலைந்தனர்.

ஆனந்தாவைப் பார்த்ததும் அரசன் அசைவற்று நின்று "சித்திராங்கி எங்கே?" என்றான். கிளி பதில் பேசவில்லை. மெதுவாக மரத்திற்கு மரம் தத்திப் பறக்க ஆரம்பித்தது. கிளி

செய்வது ஆச்சரியமாக இருக்கிறதே என்று அரசனும் மந்திரியும், வேலையாட்களும் அதன் பின்னே சென்றனர். கடைசியாக முந்திரித் தோப்பினருகில், சித்திராங்கிக்கு எதிரில் போய் கிளி உட்கார்ந்தது.

வள்ளி ஓடையில் குளித்துக் கொண்டிருந்த படியே ராஜகுமாரிக்கு கொட்டாங்கச்சி மோதிரம் செய்யும் விதத்தைப் பற்றிச் சொல்லிக் கொண்டிருந்தாள். அரச னும் மந்திரியும் ஒரு மரத்திற்குப் பின்னால் ஒளிந்து கொண்டு வேடிக்கை பார்த்தார்கள். வள்ளி குளித்து விட்டு கரை ஏறிய பிறகு ராஜகுமாரி ஜலத்தில் இறங்கி விளையாட முயற்சி செய்தாள்.

அரசன் மறை விடத்தைவிட்டு வெளியே வந்தான். கோபித்துக் கொண்டு அரண்மனைக்குக் சொன்னான். "வள்ளி இல்லாமல் அரண் மனைக்கு வரமாட்டேன்!" என்று பிடிவாதம் செய்தாள் சித்திராங்கி. ராஜாவின் மனம் அன்பினால் குழைந்தது. பஞ்சவர்ணக்கிளி முன்னே பறந்து வழிகாட்ட வள்ளி ஒரு பக்கமும் சித்திராங்கி ஒரு பக்கமுமாக அரசன் அரண்மனையை நோக்கி நடந்தான்.

10. ராஜ தந்திரம்

ஒரு காட்டில் ஒரு பெரிய பழய ஆலமரம் இருந்தது. அதில் எண்ணற்ற பட்சிகள் வசித்து வந்தன. மரத்தின் அடியில் பலிதா என்ற பெயருள்ள எலி ஒன்று ஒரு வங்கில் வசித்து வந்தது. முன்னெச்சரிக்கையாக இந்த வங்குக்கு எலி நூறு வாயில்களை அமைத்திருந்தது. மரக் கிளையில் லோமசா என்னும் பெயருள்ள பூனையும் வசித்து வந்தது. பட்சிகளுக்கும் எலிக்கும் பூனையைக் கண்டால் பயம்.

அந்த ஆலமரத்தடியில் ஒவ்வோரு நாளும் ஒரு வேடன் கண்ணி வைப்பது வழக்கம். பூனை எப்போதுமே ஜாக்கிரதையாகத் தான் இருப்பது வழக்கம். ஆனால் துரதிருஷ்டவசமாக ஒரு நாள் பூனை அந்தக் கண்ணியில் சிக்கிக் கொண்டது. வலிமையுள்ள எதிரி சங்கடத்தில் மாட்டிக்கொண்டு விட்டால் நோஞ்சான்களுக்கெல்லாம் மகிழ்ச்சி தானே!

எலிக்கு மட்டற்ற மகிழ்ச்சியும் தைரியமும் உண்டாகி விட்டது. வங்கை விட்டு வெளியே வந்து கண்ணியில் வைத்திருந்த மாமிசத் துண்டை அமைதியாகச் சாப்பிட ஆரம்பித்தது. சாப்பிட்டு முடியும் சமயத்தில் தலையைத் தூக்கிப் பார்த்தபொழுது ஹிரினா என்ற கீரிப் பிள்ளை தன் வங்கின் வாயிலை அடைத்துக்கொண்டு உட்கார்ந்திருப்பதைக் கண்டது. தான் வங்குக்குத் திரும்பிப் போகும்போது பிடித்துத் தின்று விடும் நோக்கத்துடன் கீரிப்பிள்ளை உட்கார்ந்திருப்பதை எலி உணர்ந்துவிட்டது. ஆலமரத்தின் மேலே ஏறியாவது தப்பிவிடலாம் என்று எலி நினைத்துக் கொண்ட பொழுது மரத்தின் பேரில் இருந்த சந்திரகா என்ற ஆந்தை கண்ணில் பட்டது.

எலிக்கு இருதலைக் கொள்ளி எறும்பு போன்ற இக் கட்டான நிலை உண்டாகி விட்டது. மேலே ஆந்தை, கீழே கீரி! இருந்தாலும் எலி தளர்ச்சி அடையவில்லை. ஆழ்ந்து சிந்தித்துவிட்டு எலி ஒரு முடிவு செய்துகொண்டது. இந்த அபாயகரமான நிலையில் எதிரியான பூனையுடன் நேசம் கொள்வதுதான் தப்புவதற்கான வழி என்று எலி தீர்மானித்தது. உடனே பூனையை நெருங்கிற்று. வலைக்குள் சிக்கி இருக்கும் பூனையால் இப்பொழுது ஒன்றும் செய்து விட முடியாது என்ற தைரியத்தில். பூனை அண்ணா! ஒரு வார்த்தை உன்னுடன் பேச வேண்டும் என்று தேன் சொட்டும் குரலில் எலி தொடங்கிற்று. 'இதோ பார்! நாம் இருவரும் ஆபத்தில் சிக்கிக் கொண்டிருக்கிறோம்' என்பது உனக்குத் தெரியும். நீ உத்தரவு கொடுத்தால் வலையைக் கடித்து எறிந்து விட்டு என்னால் உனக்கு விடுதலை அளிக்க முடியும். இந்த உதவி செய்ய வேண்டும். என்னை உன் நண்பனாகப் பாவிக்க வேண்டும். தின்றுவிடக் கூடாது. வெள்ளம் அடித்துக் கொண்டு போகும் மரத்தை வெள்ளத்தில் மூழ்கித் தவிப்பவன் பற்றிக் கொண்டால் இரண்டு வித லாபம் ஏற்படும். மரமும் கரை சேர்ந்து விடும். வெள்ளத்தில் தவித்தவனும் கரை சேர்ந்து விடுவான். அதைப் போல நீ என்னை நண்பனாகப் பாவித்தால் இரண்டு பேருக்கும் நன்மை சம்மதம்தானா?' என்று எலி கேட்டது.

கண்களை மூடிக்கொண்டு பூனை ஒரு நிமிஷம் யோசித்தது. யோசனை நியாயமாகப்பட்டது. தம்பி, அப்படியே செய் இனி உன்னை என் நண்பனாக கருதுகிறேன் என்று பூனை எலிக்குப் பதிலளித்தது.

உடனே எலி பூனை இருக்கும் வலைக்குள் புகுந்து சிறிது நேரம் தமாஷாக உலக விவகாரங்களைப் பற்றிப் பேசிக் கொண்டிருந்தது. இதைப் பார்த்த கீரிக்கும் ஆந்தைக்கும் பெருத்த ஏமாற்றம் உண்டாகி விட்டது. இனி எலியைப் பிடித்து உண்ண முடியாது என்று கீரிக்கும் ஆந்தைக்கும் தெரிந்து விட்டது, எலியைப் போய் பிடிப்பதென்றால் தாங்கள் வலையில் சிக்கிக்கொள்ள நேரும் என்பதைத் தவிர

பூனையுடன் வேறு போராட வேண்டிவரும் என்பதை அவை உணர்ந்தன. இருந்தாலும் இந்த நட்பு குலைந்து போகாதா என்று எண்ணமிட்டுக் கொண்டே தங்கள் தங்கள் இடத்தில் பொறுமையாக உட்கார்ந்திருந்தன.

இதற்கிடையே எலி கண்ணியின் கயிறுகளை இங்கொன்றும் அங்கொன்றுமாகக் கடித்துப் போட்டுக் கொண்டிருந்தது. சுருசுருப்பின்றி எலி வேலை செய்வதைப் பார்த்த பூனை மொண மொணக்கத் தொடங் கிற்று. 'உன்னைக் காப்பாற்றுகிறேன்' என்று வாக்குறுதி கொடுத்திருக்கிறேன். இவ்வளவு மெதுவாக இருந்தால் எப்படி? என்றது. "நானும் அப்படியே செய்வேன் என்பதைக் காணப்போகிறாய். எதற்கும் பொறுமை வேண்டும்" என்று எலி சமாதானம் அளித்துவிட்டு வேலையை இரவு முழுவதும் இழுக்கடித்துக் கொண்டிருந்தது.

பொழுது விடிந்து விட்டது. ஆனால் வேலையோ ஆன பாடில்லை என்பதை பூனை கண்டு துர் கோபம் கொண்டது. வேடன் வந்து விடப்போகிறான். நான் மாட்டிக் கொள்ளப் போகிறேன். என்னை ஏமாற்றி விட்டாய் என்று பூனை வெறுப்புடன் கூறிற்று. 'பயப்படாதே என்னை நம்பு' என்று பதிலளித்து விட்டு முன் போலவே மெதுவாகக் கண்ணியின் கயிறுகளைக் கடித்து விட்டு இரண்டொரு முக்கியமான கயிறுகளை மட்டும் மிச்சம் வைத்திருந்தது.

கடைசியாக வேடனின் தலை தெரிந்ததும் கீரிக்கும் ஆந்தைக்கும் நடுக்கம் உண்டாகி விட்டது. பூனைக்கு உயிரே போய்விட்டது. துரோகி என்று பூனை எலியைத் திட்டிற்று. அதற்காக எலி கோபம் அடையவில்லை. வேடன் நெருங்கி வந்ததும் ஆந்தை பறந்து போயிற்று. கீரி புதருக்குள் ஓடி விட்டது. பூனைக்கு ஜீவனே இல்லை. இப்பொழுது எலி சுருசுருப்புடன் பாக்கிக் கயிறுகளைக் கடித்துவிட்டு இதோ பார் விடுவித்துவிட்டேன் என்று கூறிக்கொண்டே வங்குக்குள் போய் நுழைந்து கொண்டது. விடுதலை அடைந்த பூனை மரத்தின் மேல் பரப்புடன் ஏறிற்று.

வேடன் வருவதற்கு முன்பே பூனையை விடுவித்திருந்தால் என்ன விபத்து விளையுமோ என்று எண்ணித் தான் எலி அவ்வளவு மெதுவாக வேலை செய்தது.

கடைசியில் வேடன் கண்ணியைச் சுருட்டிக் கொண்டு துயரத்துடன் வீட்டை அடைந்தான். அவன் வலையில் எந்தப் பிராணியும் சிக்கவில்லை என்பதைத் தவிர வலையும் அறுந்து விட்டது.

வேடன் வீடு திரும்பிய பிறகு பூனை மரத்திலிருந்து இறங்கி வந்து எலியின் வங்கண்டை வந்து எலியுடன் பேச விரும்பிற்று. அதற்கு எலி என்ன சொல்லிற்று தெரியுமா?

நேற்று நம்மை அபாயம் சூழ்ந்திருந்தது. ஆகையால் நம்மிடையே நட்பு இருந்தது. இனிமேல் நடவாது இரவு குளிரில் அகப்பட்டுக் கொண்டதால் உடம்பு நன்றாய் இல்லை. வணக்கம் என்று கூறிவிட்டு எலி வங்கின் ஐம்பத்தி ஏழாவது வாசல் பக்கம் போய்விட்டது.

முற்றும்.

★★★

9 788168 511279